BLANK BOOK

MULTI PURPOSE

DATE: ____________________

DATE: ______________________

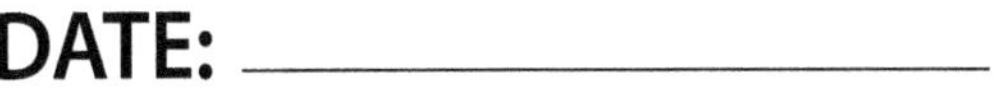
DATE:

DATE: ____________________

DATE: ______________________

DATE: ____________________

DATE: ______________________

DATE: ____________________

DATE: ____________________

DATE: ______________________

DATE: ____________________

DATE: ____________________

DATE: ____________________

DATE: ______________________

DATE: ______________________

DATE:

DATE: ____________________

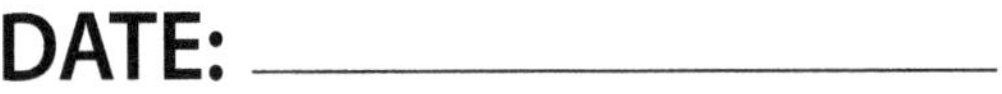

DATE: ____________________

DATE:

DATE: ____________________

DATE: ____________________

DATE: ______________________

DATE:

DATE: ____________________

DATE: ___________________

DATE:

DATE:

DATE: ______________________

DATE: ____________________

DATE: ______________________

DATE: ______________________

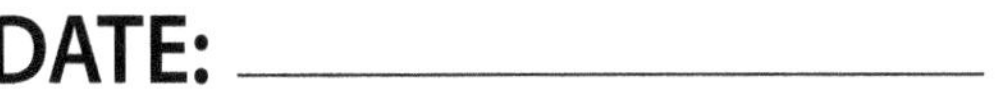

DATE: ____________________

DATE:

DATE: ____________________

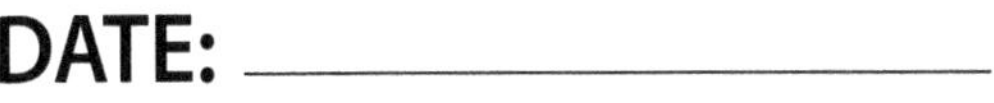

DATE: ____________________

DATE:

DATE: ______________________

DATE:

DATE: ____________________

DATE: ____________________

DATE:

DATE: ____________________

www.ingramcontent.com/pod-product-compliance
Lightning Source LLC
LaVergne TN
LVHW060830170826
845678LV00010B/1943
* 9 7 9 8 8 6 9 4 5 7 2 7 1 *